મારા અજાણ્યા નિબંધ

મિહિર જાગૃતિ વોરા

Made with ❤ on the Notion Press Platform
www.notionpress.com

માતા પિતા ને અર્પણ કરું છું

સામગ્રી

પ્રસ્તાવના

મારા અજાણ્યા નિબંધ પુસ્તક માં વિવિધ સ્પર્ધાઓ માં મેં મોકલાવેલા નિબંધ પ્રસ્તુત કર્યા છે જેમાં એ વિવિધ સંદભો નો સહારો લીધો છે જેની નોંધ લેવા વિનંતી છે .

સ્વીકૃતિઓ

આ પુસ્તક માટે મેં વિવિધ લેખ આધારિત માહિતી વિકિપીડિયા ,લેખ ને લાગતા આવેલા વિવિધ અખબારી અહેવાલ અને જે તે લેખક ના લેખ ના સંદભી નો સહારો લીધો છે તે સૌ નો હું આભાર માનું છું .

અનુક્રમણિકા

૧

સોશીયલ મીડિયા નો આજના યુવાનો ઉપર પ્રભાવ

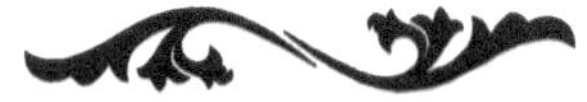

મિત્રો આજે સમગ્ર દેશ જ્યારે યુવાનો ના પ્રેરણા સ્રોત એવા શ્રી સ્વામી વીવેકાનંદજી ની ૧૫૯ મી વર્ષગાંઠ ઉજવી રહ્યો છે ત્યારે આપણ ને સ્વાભાવીક મનમાં એક પ્રશ્ન જાગે કે આજનુ યુવાધન શું ખરેખર સ્વામીજી નાવિચારોને અનુસરી રહ્યુ છે ? પણ જવાબ શોધીશુ તો લાગશે કે ખરેખર આજનો યુવાન ખોટા રસ્તે વધુ છે.

ખાસ કરી ને આજના આ ઝડપી અને ટેક્નોલોજી ના સમય માં આપણે જોઇયે છીયે કે યુવાનોઅનેયુવતીઓ આ આધુનીક સંસાધનો મોબાઇલ , કોમ્પ્યુટર , ઇન્ટરનેટ , ટીવી સીરીયલ, સીનેમા વગેરેમાં ગળાડુબ થઈ ગયા છે અને જ્યાર થી આ સોશીયલ મીડીયા અસ્તીત્વમાં આવ્યુ છે. ત્યાર થી યુવાનો ઉપર આની ખુબ મોટી અસર ઉભી થઈ છે. સોશીયલ મીડીયા ના આમ તો ઘણા સારા અને નરસા પાસા છે. આ માહિતી આધારીત લેખ છે જેની નોંધ લેજો, વિવિધ સંદર્ભો નો ઉપયોગ કરીને આ લેખ લખ્યો છે જેની નોંધ લેવા વિનંતી છે .

પણ સામાન્ય રીતે આજના યુવાનો સોશીયલ મીડીયા ના નબળા પાસા નો વધુ ઉપયોગ વધુ કરતા જોવા મળે છે. ઓમ્લીયોન નામ ની સંસ્થા એ કરેલા એક સર્વે મુજબ ભારત ના સરેરાશ ૧૮ વર્ષ થી નીચેના ૨૭ % તરુણો ફેસબુક વાપરે છે જ્યારે ૩૩% યુઝર ૧૯ થી ૨૫ વર્ષ ની વચ્ચેના યુવાનો છે. અને બિજા ૩૩% યુઝર ૨૬ થી ૪૦ વર્ષ ના યુવાનો ઓ ફેસ્બુક વાપરે છે. જ્યારે ૭% ભારતીય ૪૧ વર્ષ થી ઉપર ના ફેસ્બુક વાપરે છે. આમ શરેરાશ ૯૩% ભારત ના યુવાનો છે જે ફેસબુક મા ગળાડુબ છે.

સોશીયલ મીડીયા ના સારા પાસા નો આભ્યાસ કરીયે તો જોવા મળે છે કે યુવાનો અને ખાસ કરીનેયુવતી ઓ ફેસબુક , વોટ્સ એપ , ગુગલ વગેરેની મદ્દ થી પોતાને જોઇતી માહીતી આસાની થી મેળવી લે છે. અને તેમની પસંદગી ના પાત્ર ને પોતાની મેળે શોધી લે છે. ખાસ કરી ને ફેસબુક આવ્યા પછી યુવક યુવતીઓ પોત પોતાની અભીવ્યક્તી ઓ અને તેના માં પડેલી આંતરીક શક્તીઓ ને ફેસબુક, બ્લોગ ના મધ્યમ થી ખુબજ આકર્ષક રીતે રજુ કરી રહ્યા છે. તેમના માં પડેલી વીશીષ્ટ કલા ને સોશીયલ મીડીયા ના માધ્યમ થી લોકો સમક્ષ મુકી રહ્યા છે.ભુતકાળ માં મેળવેલી સિધ્ધી ને પણ રજુ કરી અને પોતાનુ સામાજિક સ્થાન તેઓ ઉંચુ કરી રહ્યા છે. પછી તે મિત્રો સાથે ના એડ્વેંચર ના ફોટો હોઇ વીડીયો હોય તો તેને આ મીડીયા માં બિન્દાસ મુકી રહ્યા છે.

પોતાના યાદ્ ગાર પ્રવાસ મીત્રો સાથે શેર કરે છે. અને મિત્રો ના વિચારો અને પ્રતીભાવો તેઓ મેળવી ને ખુબ આંતરીક આનંદ ની લાગણી અનુભવે છે. ઘણા બધા એકલવાયુ જીવન જીવતા લોકો આ સોશીયલ મીડીયા ના ઉપયોગ થી પોતાની જાત ને ખુબ સુખી મહેસુસ કરતા પણ મે જોયા છે. ઘણા વિદેશ મા રહેતા ભારતીયો રોજે રોજ તેમાના મિત્રો ને ફેસબુક પર જોઇ ને પોતાને તેનાજ દેશ માં હોવાનો અહેસાસ કરે છે.અને તેમના સંતાનો ને આ સોશીયલ મીડીયા ના માધ્યમ થી આપણા દેશ ના સંસ્કારો અને સંસ્કૃતી થી જોડી રખે છે.

યુવાનો સારા સારા પોતાના આઇડલ માનતા લોકો ને ફેસબુક, ટ્વીટર કે બ્લોગ માં ફોલો કરે છે અને તેમની દરેક પ્રવ્રૂત્તી વાતો અને વીચારો થી માહીતગાર રહે છે. સમાજ મા ચાલતા સારા નરસા

પ્રસંગો અને કરંટ ટોપીક ઊપર પોતનો વીચાર બિન્દાસ રજુ કરે છે અને તે વીષયને પોતે પણ વધુ ને વધુ લોકો સાથે શેર કરે છે. આને આશીજ અન્ના હજારે ના લોકપાલ બીલ જેવા આંદોલનો આટ્લા બધા સફળ રહ્યા છે. ખાસ કરી ને યુવાનો આવા વીષયો ઊપર સોશીયલ મીડીયા ના માધ્યમ થી ક્રાંતી લાવશે તે ચોક્કસ બાબત છે. પરંતુ માત્ર સોશીયલ મીડીયા ના ફાયદા જ છે તેવુ નથી. આ માધ્યમ ના ઘણા નુકષાન પણ રહેલા છે.

ફાયદા કરતા હાલ ગેરફાયદા વધુ જોવા મળે છે. ખાસ કરી ને યુવાનો માં આજે જે રીતે સોશીયલ મીડીયા નો પ્રભાવ છે તેના થી સમાજ માં દેખાઇ ન શકે તેવી ગંદકી ફેલાઇ રહી છે.વોટ્સ એપ ના માધ્યમ થી યુવાનો અશ્લીલ વીડીયો અને ફોટો અને જોક્સ જેવા ગન્દા સાહીત્ય નો પ્રસાર કરી રહ્યા છે. ફેસ્બૂક પર પણ વીવીધ હજારો અશ્લીલ પેજ માથી સાહીત્ય લઈ ને પ્રસાર કરી રહ્યા છે.ખોટા ફેક આઇડી બનાવી ને યુવક યુવતીઓને ફસાવી રહ્યા છે. અભદ્ર ભાષા માં લખાણ અને કોમેન્ટસ કરે છે.. એક્જ વ્યક્તી ૮ – ૧૦ આઇડી બનાવી ને પોતાની જાત ને વીવીધ રીતે રજુ કરી ને બીજા સારા યુઝ ર ને ગુમરાહ કરે છે. અને સૌથી મોટી સમસ્યા તો ચેટીંગ ની છે.

રાત દીવસ ના સમય નુ ભાન રાખ્યા વીના અમુક યુવક યુવતી ઓ હાલતા ને ચાલતા માત્ર ચેટીંગ કરવા મા જ વ્યસ્ત હોઇ છે. પોતાના મોબાઈલ કે કોમ્પ્યુટર થી સદા મેસેજ કરવા માજ વ્યસ્ત જોવા મળે છે. આ સમસ્યા થી ઘણા વાલી ઓ પોતાના સંતાનો થી ત્રુસ્ત થઈ ગયા છે પણ તેઓ લાચાર છે આ નવી ટેક્નોલોજી થી સંતાનો ને તેનાથી દુર પણ નથી રાખી શકાય તેમ કે નથી તેને ખુલ્લો ઉપયોગ કરવા દેવાય તેમ. ઘણા બધા યુવાનો પોતાની ખોટી માહીતી રજુ કરી ને યુવતી ઓ ને પોતાની પ્રેમજાળ માં ફસાવી ને તેનો ગેર ફાયદો ઉઠાવ્યાના કિસ્સાઓ પણ અખબારો મા પ્રકાશીત થયા છે.

ઘણા કિસ્સામાં તો લગ્ન પણ થઈ જાય છે અને પછી ખોટી માહીતી નો અહેસાસ થાય છે. પોતાનો અભ્યાસ છોડીને વિધ્યાર્થી ઓ રાત દિવસ આ ફેસબુક વોટ્સ એપ માંજ રચ્યા પચ્યા રહે છે એકન્દરે તેના ભવીષ્ય ઉપર માથી અસાર કરે છે. સાથે દુખદ બાબત એ છે કે જયા સોસીયલ મીડીયા માં ભારત ના શરેરાશ યુવાનો રોજ્ની ૪ કલાક

વીતાવે છે. ત્યા તેને સાચુ માર્ગ દર્શન આપવા વાળા કોઇ જ્ઞાની કે વડીલો નથી. કે જે આ માધ્યમ થી યુવાનો ને સાચો રસ્તો બતાવે અને યોગ્ય માર્ગ દર્શન આપે.

આજે વધુ પડતા સોશિયલ મીડિયાના ઉપયોગને કારણે ઘણી માનસિક અને શારીરિક ફરિયાદોનું પ્રમાણ વધતું જોવા મળે છે. જેમાં ચીડિયાપણું, અનિંદ્રા , ભૂખ ન લાગવી, હતાશા, અકારણ ચિંતા અને ભય અને માથાનો દુ:ખાવો, ગરદન અને કમરના દુ:ખાવા તેમજ હાથ-પગ અને આંખોના દુ:ખાવાનું પ્રમાણ વધ્યું છે. આજે વધુ પડતા સોશિયલ મીડિયાના ઉપયોગને કારણે ૬0% કિશોરોની મનોદશા, હતાશા અને આત્મહત્યાના વિચારોથી પીડાય છે અને ૪0 % યુવાનો અનિંદ્રાની બીમારીથી પીડાય છે.

આજે વિશ્વના યુવાનોમાં હતાશા, અનિંદ્રા અને શિથિલ મનોદશા જોવા મળી રહી છે અને વધુ પડતા સ્માર્ટ ફોન, લેપટોપ અને ટેબ્લેટ્સના ઉપયોગના કારણે યુવાનોના સ્વભાવ અને વર્તનમાં પરિવર્તન જોવા મળી રહ્યા છે. સોશિયલ મીડિયાનો વધુ પડતો ઉપયોગ કરવાને લીધે વિદ્યાર્થીઓનુ પરિણામ પણ નબળું આવતું જોવા મળે છે.

તેની સાથે-સાથે આજના યુવાનોમાં ચીડિયાપણું, નીરસતા, સ્વ-ઈજા, ગુસ્સાના પ્રમાણમાં વધારો, અંધાળા અનુકરણની ઘેલછા, મનની એકાગ્રતાનો અભાવ, સમાયોજનના પ્રશ્નો, યોગ્ય સમયે યોગ્ય નિર્ણય લેવાની શક્તિનો અભાવ, સામાજિક સંબંધો સાચવવાની સમસ્યાઓ, ચિંતા, તણાવ, હતાશા, અનિંદ્રા અને ક્યારેક અકારણ ચિંતા અને ભય તો ક્યારેક સોશિયલ મીડિયા પર હશસય કે ભझળળયક્ષિં ના મળતા આત્મહત્યાના વિચારો જેવી ગંભીર માનસિક બીમારીઓ આજના યુવાનોમાં જોવા મળી રહી છે.

આજે સ્માર્ટફોન, ટેબ્લેટસ કે લેપટોપ સામે ગરદન ઢાળીને કે કમરવાળીને એકધારુ જોતા રહેતા કે હાથમાં લઈને બેસનાર કિશોરો, બાળકો કે અન્ય લોકોમાં જે સમસ્યા ઉદભવે છે તેને ડોક્ટર અને મનોવૈજ્ઞાનિકો ટેક્સ્ટ નેક સમસ્યા તરીકે ઓળખાવે છે. કોઈ વ્યક્તિ સોશિયલ મીડિયાનો વધુ ઉપયોગ કરે છે તો તેનું એક કારણ એ છે કે તે વ્યક્તિ એકલતા અનુભવે છે અને વ્યક્તિ પોતાની એકલતા દુર કરવા

અને અમુક પ્રકારની લાગણી અને પ્રેમ મેળવવા લાંબા સમય સુધી ઓનલાઈન રહે છે અને એક પ્રકારની શાંતિ મેળવે છે.

ઘણીવાર સોશિયલ મીડિયાના આ ખતરનાક વ્યસનને લીધે પણ આ બીમારી વધતી જોવા મળે છે.કોરોનાની વૈશ્વિક મહામારીને લીધે આજે પુરા વિશ્વમાં ઓનલાઈન શિક્ષણ તરફ વધુ ભાર આપવાને લીધે અનેક શાળાકોલેજ અને ખાનગી ટ્યુશન કલાસીસમાં ઓનલાઈન શિક્ષણકાર્ય અપાઇ રહ્યું છે ત્યારે આ માયોપિયા નામની સમસ્યા બાળકો અને કિશોરોમાં જોવા મળી છે.

વિશ્વ આરોગ્ય સંસ્થાના અહેવાલ પ્રમાણે માયોપિયા નામની સમસ્યા ૩૩% બાળકો અને કિશોરોમાં જોવા મળી છે એટલે કે પુરા વિશ્વમાં ૨૫૮૪ કેસ આ મ્યોપિયા નામની સમસ્યાના જોવા મળેલ છે અને ૨૦૫૦ સુધીમાં આ આંકડો વધીને ૫૨% એટલે કે પુરા વિશ્વમાં ૪૯૪૯ મિલિયન બાળકોમાં આ સમસ્યા જોવા મળશે.

હાલ ૨૦૨૦માં અમેરિકામાં ૩૦ મિલિયન બાળક-કિશોરો આ સમસ્યાનો ભોગ બન્યા છે. આ સમસ્યાના લક્ષણોમાં ખાસ કરીને આંખો સુકાઇ જવી, આંખોમાં પાણી આવાવા, આંખો સોજી જવી, આંખો લાલ થઇ જવી, આંખોમાં તણાવ ઉત્પન્ન થવો. દિલ્લીના નામાંકિત આંખના સ્પેશાલીસ્ટ ડો.સંજય ચૌધરીનું મંતવ્ય છે કે આ સમસ્યામાં નજિકની ચીજવસ્તુ કે વ્યક્તિ તો બરાબર દેખાય છે પરંતુ દૂરની ચીજવસ્તુ કે વ્યક્તિ બરાબર સાફ દેખાતી નથી અને જો કોઈ ચીજ્વસ્તુ કે વ્યક્તિ ૨ થી ૬ મીટર દૂર હોય તો તે પણ બરાબર સાફ દેખાતી નથી અને દરેક ચીજવસ્તુ કે વ્યક્તિ ઝાંખી અને ધુન્ધલી દેખાય છે.

જયારે કોઈ બાળક કે કિશોર ૪-૫ કલાકથી વધુ સમય સુધી મોબાઈલ કે લેપટોપનો ઉપયોગ કરે ત્યારે આ નકારાત્મક સમસ્યા ઉત્પન્ન થાય છે. જયારે બાળક કે કિશોર ઓનલાઈન શિક્ષણ પૂર્ણ ક્રિયા બાદ થાકનો અનુભવ કરે છે ત્યારે તે બાળક કે કિશોર પોતાનું માઈન્ડફ્રેશ કરવા માટે મોબાઇલમાં કે લેપટોપમાં ગેમ રમવી, ફિલ્મ જોવું, ગીત સાંભળવા જેવી પ્રવૃત્તિ કરે છે એટલે કે બાળક કે કિશોરનો મોબાઇલ-લેપટોપની સ્ક્રીન પર જોવાનો સમયગાળો ૭ થી ૮ કલાકનો થઈ જાય છે અને આમ આ રીતે સોશીયલ મીડિયાનો વધુ પડતો ઉપયોગ દરેક વ્યકિત કે બાળકમાં હાનીકારક કે નકારાત્મક

અસર ઉત્પન્ન કરે છે. શું તમને એવી ટેવ પડી ગઈ છે કે તમે વારંવાર કારણ વગર તમારો સ્માર્ટફોન જોયા કરો છો? શું તમે દર થોડી મિનિટે તમારા સોશિયલ મીડિયા એકાઉન્ટને ચેક કર્યા કરો છો?

સિલિકોન વેલીના જાણકારો કહે છે કે તમને આવી ટેવ પાડવા માટે સોશિયલ મીડિયા જ જવાબદાર છે. તે લોકો 'ઇરાદાપૂર્વક લત લાગે' તેવા પોતાનાં પ્લેટફોર્મ બનાવે છે, જેથી તમે સતત તેમાં વ્યસ્ત રહો અને તેમને તગડો નફો થાય. પરંતુ હવે ફેસબુક અને ગૂગલ સહિતની આ જ ટેક કંપનીઓએ એવાં પગલાં લેવાનું શરૂ કર્યું છે, જેની મદદથી તમે થોડા સમય માટે સોશિયલ મીડિયાથી દૂર રહો અને ઓછો સમય વિતાવો. પણ સવાલ એ છે કે કંપનીઓ આવું શા માટે કરી રહી છે?

શું આ કંપનીઓ તદ્દન નવેસરથી વિચારવા લાગી છે? તેના જવાબમાં સ્ટેનફોર્ડના લેક્ચરર અને ટેક કન્સલ્ટન્ટ નીર એયલ સ્પષ્ટ ના કહે છે.નીર કહે છે કે આવાં પગલાં લઈને આ કંપનીઓ લાંબાગાળાનો પોતાનો લાભ જ જોઈ રહી છે. સોશિયલ મીડિયાની લત ગંભીર મુદ્દો ના બને તે માટે તેઓ પોતાના યુઝર્સ થોડો ઓછો સમય અહીં ગાળે તેમ ઇચ્છે છે. ગયા વર્ષથી ટેકનોલોજી ઉદ્યોગમાં એક પછી એક 'સેફ્ટી નેટ' માટેના પગલાં લેવાનું શરૂ થઈ ગયું છે. ગૂગલે એન્ડ્રોઇડના નવા વર્ઝનમાં એવી વ્યવસ્થા કરી છે કે યુઝર્સ પોતે કઈ ઍપ્સનો ઉપયોગ કેટલો સમય કરે છે તે જાણી શકાય. તેમાં ઉપયોગની સમયમર્યાદા પણ બાંધી શકાય છે.ઍપલ પણ આવા જ હેતુ સાથે પોતાની ઑપરેટિંગ સિસ્ટમ iOS 12માં સ્ક્રીન ટાઇમને કન્ટ્રોલ કરવા માટેની વ્યવસ્થા દાખલ કરી છે. ફેસબુક અને ઇન્સ્ટાગ્રામે પણ તેના પર વિતાવાતા સમયને મર્યાદામાં રાખી શકાય તથા નોટિફિકેશનને ઓછા કરી શકાય તે માટેનાં આવાં જ ટૂલ્સ દાખલ કર્યાં છે.

આ નવાં પ્રકારનાં ઇન-બિલ્ટ ટૂલ્સ થિયરીમાં વ્યક્તિને પોતાનો સમય ફોન પર ગાળવા પર નિયંત્રણ રાખવામાં મદદ કરી શકે છે. ફોનના વધતા વ્યસનનો મુદ્દો ગંભીર ચર્ચા જગાવી રહ્યો છે, તેના પ્રતિસાદમાં આ પગલાં લેવાઈ રહ્યાં છે. "છેલ્લા 12-18 મહિનાથી સ્ક્રીન ટાઇમની કન્ઝ્યુમર પર નકારાત્મક અસરોની બહુ ચર્ચા થઈ રહી છે. તેના કારણે આ ટેક કંપનીઓ પર દબાણ આવ્યું છે કે લોકોનો કેટલો

સમય વેડફાય છે તેને હાઇલાઇટ કરે."ઇન્ટરનેટ માટે સ્માર્ટફોનનો વપરાશ વધી ગયો છે. ત્યારબાદ ફોન બનાવતી કંપનીઓની ટીકા પણ વધારેને વધારે થઈ રહી છે. દાખલા તરીકે એપલ કંપનીના ઇન્વેસ્ટર્સ કંપનીનો સંપર્ક સાધીને બાળકો પર 'સ્માર્ટફોનની લત'ને કારણે થઈ રહેલી આડઅસરો વિશે ચિંતા વ્યક્ત કરી રહ્યા છે. આઈફોન બનાવતી આ કંપની કહે છે, "આઈફોનમાં 2008માં જ પેરેન્ટલ કન્ટ્રોલ દાખલ કરવાની પહેલ કરવામાં આવી હતી."

આ ઉપરાંત આ વર્ષો દરમિયાન "એવાં ફીચર્સ તેમાં દાખલ કરાતાં રહ્યાં છે, જેથી બાળકો શું જુએ છે તેના પર વાલી નિયંત્રણો રાખી શકે".આવા પ્રયાસો છતાં હાલમાં ઉપલબ્ધ આંકડા દર્શાવે છે કે અમેરિકાના કિશોરોને લાગવા લાગ્યું છે કે તેમને સ્માર્ટફોનનું વ્યસન થઈ ગયું છે. મેસેજ આવે તેનો તરત જવાબ આપવો જરૂરી છે એવું તેમને લાગતું હોય છે. હાલમાં ઉપલબ્ધ આંકડા દર્શાવે છે કે મોટા ભાગના લોકો રોજ બે કલાક પોતાના સ્માર્ટફોન પાછળ વીતાવે છે. તેમાંથી મોટા ભાગનો સમય સોશિયલ મીડિયામાં પસાર થતો હોય છે. ધણા લોકો દિવસ દરમિયાન પાંચથી છ કલાક ઇન્ટરનેટ વાપરે છે. એવા વધુ ને વધુ પુરાવા મળી રહ્યા છે કે વધારે પડતો નેટનો અને સોશિયલ મીડિયાનો ઉપયોગ માનસિક આરોગ્ય સામે ખતરો ઊભો કરી છે. ખાસ કરીને કિશોરો અને યુવાનો પર આડઅસરો થઈ શકે છે.

સ્માર્ટફોન જેવા ઉપકરણો સાથે આપણા સંબંધો વિશે સંશોધન કરી રહેલા કમ્પ્યૂટર વૈજ્ઞાનિક પ્રોફેસર મેટ જોન્સ કહે છે: "જે ઉપકરણ તમે ખરીદો તેનાથી તમને હાની થવાની છે તેવી વાત હોય તો તે બહુ સ્ટુપીડ બિઝનેસ છે અને ખરાબ માર્કેટિંગ છે".જેમ-જેમ ટેક્નોલૉજીનો વધારે પડતો ઉપયોગ હાનિકારક છે તેવું લોકોને સમજાતું જશે તેમ-તેમ કંપનીઓએ પણ બહુ ઝડપથી તેનો પ્રતિસાદ આપવો પડશે.આવા પ્રતિસાદના પ્રથમ પગલા તરીકે જુદાં-જુદાં પ્લેટફોર્મ્સ દ્વારા સ્ક્રિન કન્ટ્રોલ દાખલ કરવાનું શરૂ થયું છે.

આ કરવાનું સરળ કરતાં કહેલું છે, ખાસ કરીને આજના યુવાનો માટે, બ્રિટીશ એશિયન લોકો શામેલ છે, જેઓ આજુબાજુની દુનિયા સાથે જોડાયેલા રહેવા માટે સોશિયલ મીડિયા પર આધાર રાખે છે.પરંતુ આ મુદ્દો તે લોકો સુધી પણ લંબાય છે જેઓ આધુનિક અને

વ્યસ્ત જીવનશૈલી તરફ દોરી જાય છે, જ્યાં તકનીકી સમય બચાવવા અને ઘણી વસ્તુઓને તપાસમાં રાખવામાં ભૂમિકા ભજવે છે.તે તરુણો છે કે તેમની પુખ્તાવસ્થામાં માનસિક સ્વાસ્થ્યની બીમારીઓ થવાનું જોખમ ઘટાડવા માટે, સોશિયલ મીડિયાના સંતુલિત અને સ્વસ્થ ઉપયોગને અપનાવવા માટે કિશોરોને યોગ્ય ટેકો મળે છે.

માયોપીયા પર નિયંત્રણ રાખવા માટે બાળકોનો મોબાઇલમાં કે લેપટોપમાં ગેમ રમવી વિડ્યો કે ફિલ્મ જોવા કે ગીત સાંભળવાના સમયનાં કલાકોમાં ઘટાડો કરો. ઓનલાઈન શિક્ષણકાર્ય ચાલુ હોય તે દરમિયાન ૨૦ મિનીટ પછી ૨૦ સેક્ધડ આંખોને આરામ આપો. (આંખો બંધ કરવી, આંખોમાં પાણી છંટવું ..વગરે).

મોબાઇલ કે લેપટોપની સ્ક્રીન પર જ્યારે પણ બાળક જોવે ત્યારે આંખોના પલકારાની ક્રિયા ચાલુ રહે તેની કાળજી રાખવી. મોબાઇલ કે લેપટોપની સ્ક્રીન પર જ્યારે પણ બાળક જોવે ત્યારે શક્ય હોય એટલુ મોબાઇલ કે લેપટોપની દૂર બેસવાનો આગ્રહ રાખો બાળકોને આઉટ ડોર ગેમ રમવા પ્રેરણા પૂરી પડવી. આજે ૪૫% લોકો માત્ર મનોરંજનના સાધન તરીકે સોશીયલ મીડિયાનો ઉપયોગ કરે છે ત્યારે તે એ ભૂલી જાય છે કે આ સમય શૈક્ષણિક કારકિર્દી નિર્માણ કરવાનો છે. આ પ્રમાણ ખાસ કરીને ૧૫-૨૫ વર્ષના છોકરા-છોકરીઓમાં વધુ જોવા મળે છે.

દિન પ્રતિદિન વધતા જતા આ સોશિયલ મીડિયાના પ્રભાવની અસર પુરા વિશ્વ પર જોવા બાળકો અને યુવાનો પર જોવા મળે છે ત્યારે આ નકારાત્ક પ્રભાવને રોકવા તાલીમ પામેલા મનોવૈજ્ઞાનિકો સતત પ્રયત્નશીલ છે.માતા-પિતા અને શિક્ષકોની ભૂમિકામાં સોશિયલ મીડિયા ધીમા ઝેર સમાન છે ત્યારે માતા-પિતા અને તેના શિક્ષકોએ યુવાનો સાથે ખુલ્લાં મને દરેક વાત કરવી જોઈએ અને માતા-પિતા તેમજ શિક્ષકે તેના ખાસ મિત્ર બનીને તેની વાત કે વિચારોને સંભાળવા તેમજ સમજવા પ્રયત્ન કરવો જોઈએ, જો વધુ સમય સુધી કોઈપણ યુવાન કે બાળક સોશિયલ મીડિયાનો ઉપયોગ કરે તો તેને અટકાવવો જોઈએ. જો તેને રોકવામાં ન આવે તો લાંબાગાળે શારીરિક-માનસિક સ્વાસ્થયના પ્રશ્નો પણ ઉભા થાય છે.

સંદર્ભ : વિકિપીડિયા , વિવિધ અખબારી અહેવાલો

2

હું અખબાર શા માટે વાંચું છું ?

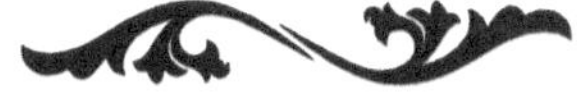

મિત્રો અખબાર વાંચતાં-વાંચતાં ઊંઘમાં સરી જવાય એવાં દૃશ્યો દુર્લભ થઈ રહ્યાં છે. એના બદલે મોબાઇલ પર મેસેજ જોતાં-જોતાં સૂઈ જવાની આદત ઘર કરી ગઈ છે. છતાં સવાર પડે ત્યારે આ જૂની આંખોને અખબાર વગર ચાલતું નથી. મહેશ દાવડકરના શેર સાથે એક બારીક સંવેદન વિશે વિચારીએ...“મેં જોયું આજનું અખબાર ટેબલ પર,સમય બોલ્યો : તને તું વાંચ ટેબલ પર,હું માથું મૂકું ને એમાં થતો કલરવ,કે ઊગે છે અચાનક ઝાડ ટેબલ પર.”આજનું અખબાર કાલે પસ્તી થવાનું છે છતાં એનું મહત્વ આજે તો છે જ.

ખબરો કદાચ વાસી થઈ જાય, પણ ખબર આધારિત વિવરણ કે પૃથક્કરણનું આયુષ્ય થોડુંક વધારે હોય છે. તંત્રીલેખોનું મંથન આપણને સમાચારની ગહેરાઈ સુધી અને એનાં સારાંનરસાં પાસાંથી સુપેરે પરિચિત કરાવે. વિવિધ વિષયોની કટારને કારણે અખબારના ચહેરામાં નિખાર આવે. લેખકો અને વાચકો એકબીજાની રૂબરૂ નથી થતા છતાં શબ્દના માધ્યમથી એક વિશેષ સંબંધ રચાય છે. વાચકને લેખક પાસેથી શું અપેક્ષા હોય એ વિશે ડૉ. મનોજ જોશી ‘મન’ પોતાનો મત વ્યક્ત કરે છે...“લખો તો તમે એમ લખજો હંમેશાં,પીતળને ત્યજી હેમ લખજો હંમેશાં,અમે વાદળોને સતત વાંચીશું બસ,તમે યક્ષની જેમ

લખજો હંમેશાં"કેટલાંક લખાણ સોનાને પણ પિત્તળ બનાવીને રજૂ કરે.

ભારોભાર દ્વેષ અને ઝેર છલકતાં દેખાય. તેમને કાયમ બધે પીળું અને કાળું જ દેખાય. સારા કામની કોઈ નોંધ તેમને નજરે ચડે નહીં અને ભૂલને બિલોરી કાચથી જોયા જ કરે. સમાજને આરસી દેખાડવી એ એક વાત છે અને સમાજને ભરમાવવો એ બીજી વાત છે. પોતાની જાતનું નિષ્પક્ષ પૃથક્કરણ કરીએ તો કદાચ ગુલામ અબ્બાસ 'નાશાદ' કહે છે એવું તારણ નજરો સમક્ષ તરી આવે..."પૂછું છું રોજ ખુદને કે પામી શક્યો છે શું? અલ્લાહ આપી આપીને આપી શક્યો છે શું? ખુદને અરીસે જોઉં તો ભીંતો પૂછ્યા કરે,ભાલે લખાયેલું કશું વાંચી શક્યો છે શું?

અખબારમાં છપાયેલો પ્રત્યેક શબ્દ વાંચવાનો કોઈની પાસે સમય નથી. કોઈને સનસનીખેજ ખબરોમાં રસ પડે તો કોઈકને સાંપ્રત વિષય પર વિવરણ કરતા લેખોમાં. કોઈને કૉમર્સને લગતા સમાચારોમાં રસ પડે તો કોઈને ફિલ્મી ગૉસિપમાં. આંખો બ્રાઉઝ બધું કરે, પણ જે રસ પડે એમાં જ ધ્યાન પરોવે. એક એવા જ રસપ્રદ અંદાજને નિનાદ અધ્યારુ નિરુપે છે..."છોકરો હરણું બની દોડ્યા કરે,છોકરી પણ ઝાંઝવા જેવી હતી,,માત્ર કાજળને જ જોયું છે અમેઆંખ એની વાંચવા જેવી હતી"

કેટલાંક અખબાર ભારોભાર ઠરેલ અને તટસ્થ લાગે તો કેટલાંક અખબાર સમાચારને વિકૃતરૂપે રજૂ કરી વાચકોની મતિ ફેરવવાની કોશિશ કરે. નીતિન ગડકરીએ ટીવી ચેનલ પર મુલાકાતમાં એક કટુ સત્ય ઉચ્ચારતાં કહ્યું કે અમેરિકામાં 9/11નો હુમલો થયો ત્યારે ત્યાંની ટીવી ચેનલે મરનારાની લાશ દર્શાવી નહીં અને એ રીતે મોતનો મલાજો જાળવ્યો. બીજી તરફ મુંબઈમાં 26/11નો આતંકવાદી હુમલો થઈ રહ્યો હતો ત્યારે ચેનલોએ દેશહિતને અવગણી એનું લાઇવ કવરેજ દેખાડ્યું, જે સુરક્ષાદળોના કામમાં બાધારૂપ બન્યું. સેનાના એક ઉચ્ચ અફસરે કાશ્મીરની ઘાટીઓમાં થતાં તોફાનોમાં મીડિયાની બેદરકારી તરફ આંગળી ચીંધી. શૈલેન રાવલ સંબંધોની વાતને અખબાર સાથે જોડે છે..."પછી ઘટનાઓ અણધારી બને છે,

અગર દીવાલમાં બારી બને છે,ઉપરછલ્લી નજરથી વાંચવાના, બધા સંબંધ અખબારી બને છે"ઉપરછલ્લી નજરે નહીં પણ ધ્યાન

માગી લે એવી સ્ટોરી, સમાચાર, કૉલમ કે અહેવાલ અખબારી પાનાંને સાર્થક બનાવે. કાન્તિ ભટ્ટ કે ગુણવંત શાહ જેવા લેખકો અખબારમાં સંશોધનાત્મકતા અને દાર્શનિકતા ઉમેરે છે. 'અર્ઝ કિયા હૈ' કટાર ૨૦૦૯થી શરૂ થઈ ત્યારથી એનાં બધાં જ કટિંગ કવિ વિજય કોઠારીએ સાચવ્યાં છે. ખરેખર ગમતો લેખ કટિંગ કરી સાચવવાની મજા જ કંઈ ઓર છે. પસ્તીમાં જવાને બદલે ફાઇલમાં હયાતી સચવાઈ હોય એ કયા લેખકને ન ગમે?

નટવર આહલપરા ગમતી વ્યક્તિને વાંચવાની મથામણ કરે છે..."વાત ઢળતી સાંજની ચર્ચાય છે,ગામ આખું રોજ ભેગું થાય છે!,તું લગોલગ બેસ તો વાંચું તને ડુંગરા તો દૂરથી પરખાય છે" અખબાર વાંચીને મર્મ તારવીએ તો સમૃદ્ધ થવાય. કવિતા નાનકડી હોય, પણ ઘણી વાર એવી ચોટદાર હોય કે મનમાં અંકાઈ જાય. અખબાર વાંચવામાં થોડી સજ્જતા જોઈએ, કારણ કે અખબાર નો પ્રકાર સામયિકો પૂરતો સીમિત થતો જાય છે. નવલિકાઓનું આકર્ષણ હજુ પણ બરકરાર છે. અખબાર નિયમિતરૂપે પ્રકાશિત પ્રિંટ મીડિયા છે જે અત્યંત સુસંગત વર્તમાન ઘટનાઓનો હિસાબ માંગે છે. આ શબ્દ, જેમ કે, લેટિનમાંથી આવ્યો છે અવધિ, અને આ બદલામાં, ગ્રીક (પિરિયડિકસ) માંથી આવે છે.

સમાચાર પત્ર એક પ્રિન્ટ અથવા ડિજિટલ પ્રકાશન છે જે કાલક્રમિક અથવા વિષયોના ક્રમમાં રજૂ કરે છે, તે સમયના નિર્ધારિત સમયગાળા દરમિયાન કોઈ સ્થળે બનનારી સૌથી મહત્વપૂર્ણ ઇવેન્ટ્સ વિશેના સમાચારો, અભિપ્રાયો અથવા ઘોષણાઓ. આ અર્થમાં, તે રાષ્ટ્રીય, પ્રાદેશિક અથવા અવકાશમાં સ્થાનિક હોઈ શકે છે.

અખબારો જે પ્રકાશિત થાય છે તે સમય અંતરાલ અનુસાર વગીકૃત કરી શકાય છે. તેથી અમારી પાસે ડાયરી, જે દરરોજ પ્રકાશિત થાય છે, અને સાપ્તાહિકછે, જે સાપ્તાહિક પ્રકાશિત થાય છે. તે જ રીતે, તેઓ જે પ્રકારનાં ફોર્મેટનો ઉપયોગ કરે છે તેના આધારે વગીકૃત કરી શકાય છે, તે ક્લાસિક હશે જો તેમાં આઠ સ્તંભો અથવા ટેબ્લોઇડ અથવા નાના હોય, જ્યારે તેમાં ફક્ત પાંચ હોય. અખબાર શબ્દ ફક્ત શારીરિક માધ્યમ (કાગળ પર છપાયેલ) નો સંદર્ભ લેતો નથી, પરંતુ તે સંસ્થા અથવા સમાજને પણ સૂચવે છે જે તેના પ્રકાશન માટે

જવાબદાર છે.સામયિક એ પણ કોઈ વસ્તુના સંદર્ભમાં વિશેષ હોઈ શકે છે જે અમુક સમયની નિયમિતતા સાથે થાય છે.

ઉદાહરણ તરીકે: "હું મારા કાકાને નિયમિત મુલાકાત આપું છું."અખબાર એક માહિતીપ્રદ, લેખિત સંદેશાવ્યવહાર છે જેનો વ્યાપક પહોંચ છે. તે એક પ્રકાશન છે જેને લેખન, સંપાદન, છાપકામ અને વિતરણની પ્રક્રિયાની જરૂર છે, જેની પાછળ પત્રકારો, ફોટોગ્રાફરો, ડિઝાઇનર્સ, તકનીકીઓ, વિતરકો અને વેચાણકર્તાઓની એક મહાન ટીમ છે.અખબાર, લેખિત પ્રકાશન હોવાને કારણે, રેડિયો અથવા ટેલિવિઝન જેવા અન્ય માધ્યમોથી વિપરીત, વધુ ઊંડાણ અને વિગતવાર મુદ્દાઓ સાથે માહિતી કરવામાં સક્ષમ હોવાનો ફાયદો છે. ઉપરાંત, તે કાગળ પર છપાયેલ હોવાથી, અખબાર સમયની કસોટી પર ઉભા રહી શકે છે. અખબારો સામાન્ય રીતે વિવિધ વિષયોના વિભાગો અથવા સેગમેન્ટમાં વહેંચાયેલા હોય છે અને તેમાં પૂરક અને સામયિકો પણ હોઈ શકે છે.સામાન્ય રીતે, તેઓ સામગ્રીને ઓર્ડર આપવા માટે વિષયોના તર્કનો પ્રતિસાદ આપે છે, અને દરેક વિભાગનું નામ એક પ્રકાશનથી બીજામાં બદલાઈ શકે છે.

આમ, આપણે રાજકારણ, અર્થતંત્ર, અભિપ્રાય, શો, ઘટનાઓ, વર્તમાન બાબતો, આંતરરાષ્ટ્રીય, સમાજ, કુટુંબ, રમતગમત, શિક્ષણ, સંસ્કૃતિ, વિજ્ઞાન જેવા વિભાગો શોધીએ છીએ.અખબારોની બીજી લાક્ષણિકતા એ તેમનું બાહ્ય દેખાવ છે, જેમાં લોગો, સૂત્ર, પ્રકાશનની તારીખ અને સ્થળ, તે દિવસનો મુખ્ય સમાચારો, સારાંશ, ફોટા અને પઝલ જેવા વિશિષ્ટ તત્વોના સમૂહનો સમાવેશ થાય છે. ડિરેક્ટરી અને લેખન જેવા..મને કયારેક એવું લાગે કે બધા જ સમાચાર પેપર સરખા જ છે અને કયારેક લાગે કે એક ઉત્તર મા જાય છે તો એક દક્ષિણ મા૰ એટલા માટે કયારેક હું મારા કામ ની વસ્તુ વાંચી લવ અને વધારે ડિટેઐલ જે ઓનલાઈન વાંચુ છુ૰. આજકાલ સમાચાર બનાવવા મા આવે છે.

સાચી વસ્તુ ને ખોટી અને ખોટી વસ્તુ ને સાચી બતાવવા મા આવે છે.. હેડલાઇન વાંચી ને જ અડધા ને તો અડધો હાર્ટઅટેક આવી જાય. તટસ્થ થાઇ ને સમાચાર છાપવા જોઈએ એવુ હુ નહી કહુ કારણકે જે શક્ય જ નથી એની આશા પણ કેમ રાખવી. આજના આ ભેડસડિયા

જમાના મા બધુ ભેળ જ મળે. એક મજા ની વાત છે કે ભેળસેળ વાળુ ખાવાનુ બજાર મા મળે છે એ પણ પાછુ આપણે ભેળસેળ વાળા સમાચાર માં જ વાંચવા મળે.. લો બોલો... શું બોલવુ નય??? સમાચાર માણસ ને જાગૃત કરતા વિકૃત બનાવે છે. અને એટલે જ.મને અખબાર માં સૌથી વધારે વાંચન માં ગમે એ છે પેપર ની સાથે આવતી પૂર્તિ. જેમ પાનીપુરી ની સાથે મસાલા પુરી મફત માં મળે અને તીખી પાનીપુરી ખાધા પછી એ પાણી ની ગરજ સારે અને મફત મા મળેલો મસાલો ખાવાની જે મઝા આવે... એમ પૂતી વાંચવાની પણ મઝા જ કંઇક અંલગ જ છે.

સમાચાર તમને આજકાલ બધે થી જાણી શકાય પણ પૂર્તિ મા જે જાણકારી મળે અલગ જ છે. એનુ કારણ એ કે પૂર્તિ મા લેખ લખનાર જરનાલિસ્ટ નહિ પણ લેખક હોય છે. રવિપૂર્તિ મારા ખુબ જ ફેવરીટ છે. - આ બધા લેખ માં જાણવા અને સમજવા ઘણુબધુ મળે. સબંધો કેવી રીતે જીવીજાણવા એના એટલા સરસ લેખ આવે છે કે જો એને વાંચોસમજો તો ઝગડા થાય જ નહિ અને સામાન્ય જ્ઞાન થી માંડી ને કયી કયીચોપડીઓ વાંચવી કે કયુ મુવી જોવુ.. બધુ જ આવી જાય આરોગ્ય માટે આખુ એક પાનુ અને વિદ્યાર્થીઓ માટે પણ અલગ એક આખું પાનુ. જે લોકો બહાર થી ચોપડીઓ ના ખરીદી શકે એમણી માટે આ પૂર્તિ ઓ જ કાફી છે. અને ખરીદી શકે એમ હોય તો પણ પૂર્તિ શ્રેષ્ઠ છે.આ મારો અંગત મત છે .

ગુજરાતી ભાષામાં ગણા બધા સમાચાર પત્રો આવે છે જેવા કે ગુજરાત સમાચાર, દિવ્ય ભાસ્કર અને સંદેશ ન્યુઝ પેપર જે ગુજરાતી ભાષાના મુખ્ય સમાચાર પત્રો છે.પરંતુ આ સમાચાર પત્રો માં આપણ ને એટલી તટસ્થતા જોવા મળતી નથી જે હોવી ખુબજ જરુરી છે.પણ હા આપ સમાચાર પત્રો માં આપ સારા અને સચોટ મુદ્દાનું વાંચન કરી શકો છો.સમાચાર વાંચવા હોય તો આપની પાસે બઉ સારા ઓપશન છે એક ટાઈમ્સ ઓફ ઇન્ડિયા અને ધ હિન્દુ ન્યુઝ પેપર આ બંને ના આર્ટિકલ્સ બઉ સારા હોય છે એવું મેં સાંભળ્યું છે.ન્યુઝ પેપર વાંચવું જ જોઈએ કારણ કે રોજબરોજ બનતી ઘટનાઓ વિશેની માહિતી આપણ ને મળતી રહે છે.નવું નવું જાણવાની વૃત્તિ મને રોજ અખબાર વાચવા પ્રેરિત કરે છે. અખબારમાં સમાચાર સિવાય ટેક્નોલોજી, સોફ્ટવેર

વાપરવાની રીતો, ઇતિહાસની વાતો, વિવિધ મહાનુભાવોના હાલના સમયની મુશ્કેલીઓ વિશેના મંતવ્યો વગેરે મને રોજ અખબાર વાચવા પ્રેરિત કરે છે, કારણ કે આ તમામ મુદ્દાઓ અલગ અલગ દિવસે પ્રકાશિત થતાં હોય છે.

સૌથી પહેલા તો વાંચવાની આદત પડે છે. જે જીવનભર ઉપયોગી થઈ છે.અખબારની ભાષા સરળ હોવાથી જલ્દીથી સમજણ કેળવાઈ શકે છે.અખબારોનો સૌથી મોટો ફાયદો એ છે કે તમામ વિષયો એક સાથે વાંચવા મળે. જ્યારે વાંચવાની શરૂઆત કરતાં હોઈએ ત્યારે આ પ્રમાણે કરવાથી આપણા ગમા-અણગમામાનો ખ્યાલ આવે છે.અખબારો સાથે આવતી પૂર્તિઓમાં અઢળક સાહિત્ય વાંચી શકાય છે. કેટલીક કોલમ તો સદાબહાર હોય છે. આ પૂર્તિ જ તમને સાહિત્ય તરફ દોરી જશે.અખબારો વાંચવાથી જ્યારે કોઈ વ્યક્તિ કોઈ પરીક્ષાની તૈયારી કરે છે ત્યારે એની મહેનત અનેક ગણી ઓછી થઈ જાય છે.અખબારો વાંચવાથી સતત અપડેટ રહેવાય છે જેનાથી દરેક જગ્યાએ આપણો અલગ જ પ્રભાવ પડે છે.મેં મારી જિંદગીમાં આટલા ફાયદા અનુભવ્યા છે. જે તમારી સાથે વહેંચ્યા. અખબારોમાં કોઈપણ રાજકીય પક્ષની તરફેણમાં સમાચારો નથી.

તે હંમેશા સામાન્ય રીતે સાચી માહિતી પૂરી પાડે છે અને અમુક સમયે લોકો ભ્રષ્ટાચાર, દહેજ વગેરે જેવા મુદ્દાઓ વિશે જાણતા હોય છે તે કુદરતી આફતો સમયે પણ માહિતીપ્રદ ભૂમિકા ભજવે છે. તે ટેકનોલોજીની અંતિમ ભેટ છે અને શ્રેષ્ઠ માહિતીપ્રદ માધ્યમ પણ છે. અખબારો પણ હજારો લોકોને કામ પૂરું પાડે છે અને તેમના માટે જીવન જીવવાનું સાધન બને છે. અખબાર ખૂબ સસ્તું છે અને દેશના લગભગ દરેક ઘરમાં તે છે. દરરોજ અખબારો વાંચવાની ખૂબ સારી આદત છે.

જો લોકો ઓછામાં ઓછા દસ મિનિટ અખબારો વાંચવામાં વિતાવે છે, તો સંદેશાવ્યવહાર કુશળતા અને સામાન્ય જ્ઞાનમાં વધારો થશે. તે અમુક નિયમો અને નિયમનો વિશે પણ શિક્ષિત કરે છે, લોકોને અન્યાય વિશે ઘણી જાગૃતિ લાવે છે, સરેરાશ, એક અખબારમાં બાવીસ પાના હોય છે, અને દરેક પાના રસપ્રદ અને જ્ઞાનસભર હોય છે. રમતગમત અને સિનેમા, નાણાં અને વ્યવસાય વગેરે માટે પાનાંઓ છે. કેટલીક રસપ્રદ કોયડાઓ અને રમતો પણ છે જે વાચકની

વિચારવાની ક્ષમતામાં વધારો કરે છે. એક અખબાર વિવિધ નોકરીની તકો વિશે માહિતી બહાર લાવે છે. તે ચીજવસ્તુઓના દર અને અન્ય મૂલ્યવાન માહિતી પણ પૂરી પાડે છે. અખબારો નાગરિકોના અધિકારો અને ફરજો વિશે જાગૃતિ લાવે છે અને તેઓ જરૂરિયાતમંદોને ન્યાય આપવામાં પણ મદદ કરે છે.

એક અખબાર જાહેર જનતાને અને હકીકતમાં અખબાર સાથે સંકળાયેલા લોકોને જનતા સુધી માહિતી પહોંચાડવા માટે દિવસ અને રાત કામ કરે છે. અખબાર એ સમસ્યાઓનું નિરાકરણ કરવા માટે ખૂબ જ અસરકારક માધ્યમ છે જેને સ્થાનિક અધિકારીઓના ધ્યાનની જરૂર છે. જનતા સ્થાનિક પેપરના સંપાદકને તેમના વિસ્તારની સમસ્યા વિશે લખી શકે છે અને સંબંધિત અધિકારીઓ સમસ્યાના ઉકેલ માટે પગલાં લેશે. દાખલા તરીકે, જો રામનગરનો રસ્તો સારી હાલતમાં નથી, તો તે વિસ્તારની કોઈપણ વ્યક્તિ તંત્રીને લખી શકે છે, તો તંત્રી તેને અખબારમાં પ્રકાશિત કરે છે અને સંબંધિત અધિકારીઓ સમસ્યાના ઉકેલ માટે પગલાં લેશે. આ રીતે, અખબાર થી લોકોઅને સમાજ નજીક આવે છે. ભારત વિશ્વની સૌથી મોટી લોકશાહી છે. તે 'લોકોની, લોકો દ્વારા અને લોકો માટે' સરકાર છે.

આવા કિસ્સામાં, તેના નાગરિકોને સરકાર જે નીતિઓ અમલમાં મૂકી રહી છે, તેની યોજનાઓ અને કાર્યક્રમો તેમજ લોકો અને વિશ્વને અસર કરશે તેવી બાબતો અંગે તેના વલણથી વાકેફ રહેવાની જરૂર છે. વિશ્વમાં શું ચાલી રહ્યું છે તે જાણવું અને જાણવું એ જવાનો સારો રસ્તો છે, ખાસ કરીને એવા યુગમાં જ્યાં દરેકનો પોતાનો એજન્ડા હોય. પરંતુ રેખાઓ વચ્ચે વાંચવાનું યાદ રાખો અને પ્રચારમાં ખરીદશો નહીં. જ્યારે તમે સમાચાર વાંચો ત્યારે સ્પષ્ટ મનથી તમારા પોતાના મંતવ્યો બનાવો.રોજ વાંચવાથી શબ્દભંડોળ તેમજ ભાષા પર તમારી પકડ સુધરશે. એટલું જ નહીં, તે તમારી તર્ક અને વિશ્લેષણની શક્તિઓમાં પણ સુધારો કરશે કારણ કે તમે દરેક મીડિયા હાઉસ વાર્તાઓ પર મૂકેલી જુદી જુદી સ્પિન વાંચો છો, જે તમને રેખાઓ વચ્ચે વાંચવામાં નિપુણ બનાવે છે અને તાર્કિક નિષ્કર્ષ બનાવે છે.

ભારતીય સ્વતંત્રતા સંગ્રામમાં અખબારોએ મહત્વની ભૂમિકા ભજવી હતી. તેઓએ એકતા અને એકતા વિશે વાત ફેલાવવામાં મદદ

કરી કારણ કે રાષ્ટ્ર પ્રથમ વખત એક સાથે આવ્યું હતું. ત્યારથી, પ્રેસને પ્રામાણિકપણે સમાચારોની જાણ કરવાની સ્વતંત્રતા હતી - એવું નથી કે તે હંમેશા નૈતિક રીતે તેનું પાલન કરે છે - પરંતુ તે પ્રેસની સાચી શક્તિ વિશે એક મહાન પાઠ ધરાવે છે. આમ, આ અખબારો પાસે જ્યારે અને જ્યારે જરૂર પડે ત્યારે ક્રાંતિને ચાહક બનાવવાની શક્તિ હોય છે, અને તેઓને લાયક મહત્વ સાથે ગણવામાં આવે છે.યાદ રાખો, એવા યુગમાં જ્યાં માહિતી અને જ રાજા છે, જાણકાર રહેવું અગત્યનું છે, અને કાગળો વાંચવું એ તેની સાથે જવાનો સારો માર્ગ છે. તે નોંધ પર, વાંચીને ખુશ! આમ એક અખબાર થી અનેક જીવનના અનેક પાસાઓ ઉકેલી શકાય છે જેથી અખબાર એક સબળ અને સશક્ત માધ્યમ છે તેવું મારુ અંગત માનવું છે જેથી હું રોજ અખબાર વાંચું છું અને બીજા લોકો ને પણ અખબાર વાંચવા અપીલ કરું છું .

સંદર્ભ : વિકિપીડિયા , વિવિધ અખબારી અહેવાલો

3

વસંત આવી રંગો લાવી

મિત્રો કુદરતે આપણને ઋતુઓની રમ્ય વિવિધતા બક્ષી છે. શિયાળો ઉનાળો અને ચોમાસું એ ત્રણ મુખ્ય ઋતુઓ છે. અને હેમંત, શિશિર, વસંત, ગ્રિષ્મ, વર્ષા અને શરદ આ છ પેટા ઋતુઓ છે. ઋતુઓ આપણા જીવનને વિવિધતાથી ભરી દે છે. પ્રત્યેક ઋતુના તેના આગવા રંગ-રૂપ અને સૌદર્ય હોય છે, તેમાં પણ વસંત તો ઋતુરાજ છે. બધી ઋતુઓમાં વસંતઋતુના સૌદર્યની તો વાત જ નિરાળી છે!

ઋતુઓમાં હું વસંત છું, ત્યારે આ નિરાળી એવી ઋતુનું સ્થાન આપણાં જીવનમાં કેટલું ઉંચું હોય ? વસંત એટલે જ તો બસ, રંગ અને ઉમંગ. આ ઋતુ તો સોળે કળાએ ખીલી જ ઉઠે છે, પણ ત્યારે તે સાથે- સાથે માનવીના હૈયા પણ હિલોળા લેવા લાગે છે.વસંતનો માદક વૈભવ કવિઓની કલમ અને ચિત્રકારની પીંછી ને સર્જનની અવનવી કેડીયુ તરફ દોરી જાય છે એટલે જ મનોજ ખંડેરિયા એ વસંતનું આવે હું શબ્દચિત્ર આપ્યું છે.

મલયાનિલાની પીંછી ને રંગો ફુલોના લૈ..

દોરી રહયુ છે કોણ આ નકશા વસંતના?

વસંતઋતુની શરૂઆત _વસંતપંચમી_ના દિવસથી થાય છે. વસંત પહેલાં શિશિર આવે છે. શિશિરમાં બધા જ વૃક્ષોના પાંદડા સુકાઇને ખરી

પડે છે. પછી તરત જ રુમઝુમ પગલે વસંતનું આગમન થતાં વૃક્ષો પાછા ખીલી ઉઠે છે. જાણે આ સુકાઇ ગયેલા વનસ્પતિમાં સંજીવની છંટાય છે વૃક્ષોમાં નવચેતનનો નવયૌવનનો સંચાર થાય છે. વૃક્ષો નવપલ્લવિત થઇ ઉઠે છે, જાણે કોઇ નવયૌવના

વસંત એ નવસર્જનની ઋતુ છે. વસંતની શરૂઆત થી જ ધરતીના અંગેઅંગમાં અનેરી સ્ફુતી નો સંચાર થાય છે. વસંત ને વધાવવા જાણે ઉત્સવ જેવું વાતાવરણ જામે છે વાસંતી વાયરાના સુકાઇ ગયેલા વૃક્ષો અને વેલાઓ માં નવું ચેતન ભરે છે. વસંતના આગમન સાથે જ વૃક્ષો ના દેહમાં નવો પ્રાણ પ્રગટે છે. તેમની ડાળીએ ડાળીએ ફૂંપળો ફૂટે છે. આંબા પર મબલક મંજરીઓ મોરી ઉઠે છે. ખાખરાના વૃક્ષો પર કેસુડાના લાલચટક ફૂલો ખીલી ઉઠે છે. કમળના ફૂલોથી સરોવર શોભી ઉઠે છે. .વસંતઋતુમાં ઉપવનોમા રંગબેરંગી અને સુગંધી પુષ્પો ખીલી ઉઠે છે. તેમના મનમોહક રંગો અને સુગંધ વસંતના અનુપમ સૌંદર્ય માં ઉમેરો કરે છે.રંગબેરંગી કેસૂડાના ફૂલોનાં કેસરી ઝૂંડ કુદરતની શોભામાં અભિવૃધ્ધિ કરે છે. પતંગિયા અને મધમાખીઓ પુષ્પોની આસપાસ ઘુમરાવા લાગે છે. ફૂલેફૂલે ભમરા ગૂંજારવ કરે છે. કવિશ્રી મનોજ ખંડેરિયા વસંતની શોભા વર્ણવતાં લખે છે :-

"આ ડાળ ડાળ જાણે કે રસ્તા વસંતના,ફૂલો એ બીજુ કેં નથી પગલાં વસંતના".

ચારે બાજુ વસંતનુ સામાજય છવાઇ જાય છે ભમરા પોતાના મધુર ગુંજારવ થી અને કોયલ તેના કર્ણપ્રિય ટહુકાથી વાતાવરણને ભરી દે છે ખરેખર વસંત ઋતુમાં પ્રકૃતિનું કામણગારો વન પૂર્ણપણે ખીલી ઉઠે છે.

વસંત આપણા તન-મનને તાજગી આપનારી છે વાતાવરણ ખુશનુમા હોય છે. ન વધારે ઠંડી કે ન વધારે ગરમી. આકાશ પણ સ્વચ્છ હોય છે વસંતમાં વરસાદ ન પડે એટલે માખી અને મચ્છરનો ત્રાસ પણ હોતો નથી. વસંત ઋતુમાં ઠંડી અને ગરમી બંનેમાં માફકસર હોય છે. આ ઋતુ ની સમધારણ આબોહવા જીવસૃષ્ટિને માટે આહલાદક હોય છે. શીતળ વાસંતી લહેરો અને સૂર્યનાં કોમળ કિરણોનો સ્પર્શ જીવનને તાજગીથી ભરી દે છે.

આમ તો વસંત એ પ્રકૃતિ ની દ્રષ્ટિ એ ઋતુઓ નો રાજા કહેવાય છે પણ આયુર્વેદ માં કહીએ તો એ કફ રોગો નો રાજા છે.આયુર્વેદની ચરકસંહિતામાં વસંત ઋતુ માટે નીચેનું સૂત્ર આપ્યું છે.

વસન્તે નચિતિઃ શ્લેષ્મા દનિકભૃદાભરિતિઃ।
કાયાગ્નિ બાધત રોગાસ્તતઃ પ્રકરુતં બહ્ન ॥
તસ્માદ્ વસન્તે કર્માણિ વિમનાદીની।

અર્થાત હેમંત ઋતુમાં એટલે કે શિયાળામાં સંચિત થયેલો કફ દોષ વસંત ઋતુમાં સૂર્યના કિરણોથી દ્રવીભૂત થઈને પ્રકોપ પામે છે. વસંતઋતુ એ આ કફને ઓગાળી તેને મળમૂત્ર દ્વારા બહાર કાઢી નાખવાનો ઉત્તમ સમય છે. આ ઋતુમાં ઉપવાસ કરવાથી શરીર નીરોગી તો રહે જ છે સાથે સાથે ઇન્દ્રિયો અને મન પર કાબૂ રહે છે.

વસંતઋતુ માનવ હૃદય પર અનેરુ કામણ કરે છે એની માદક અસર થી માનવ મન આનંદવિભોર થઈ જાય છે. પ્રાચીન સમયમાં લોકો આ ઋતુમાં સમૂહનૃત્યો કરતા હતા. આપણા લોકસાહિત્યમાં પણ વસંતઋતુનાં નૃત્યગીતોનો અનેરો મહિમા ગવાયો છે. માનવ જીવનમાં વસંત ઋતુ ઉલ્લાસ પ્રેરે છે એની પ્રાકૃતિક શોભા નિહાળીને લોકોના હૈયા આનંદથી ઝુમી ઉઠે છે. આ ઋતુમાં માનવી વિવિધ ઉત્સવો ઉજવીને પોતાનો આનંદ વ્યક્ત કરે છે. આપણા દેશમાં આ ઋતુમાં વસંત પંચમી હોળી અને ધૂળેટીના ઉત્સવ ધામધૂમથી ઉજવાય છે. આ તહેવારોમાં ચોમેર ઉછળતા અબીલ ગુલાલ માં જીવનનો ઉલ્લાસ છલકે છે ઢોલ ત્રાસા અને મૃદંગના તાલ સાથે ગવાતી વસંત ના ગીતો ની મીઠી ધૂન વાતાવરણને અનોખા આનંદથી ભરી દે છે. હોળીમાં અબાલવૃદ્ધ સૌ રંગ અને ગુલાલ વડે મન ભરીને રમે છે લોકો ઢોલ ના તાલે ઝુમે છે નાચે છે તેમજ વસંતના અને હોળીના ગીત ગાય છે.

આવી આવી વસંતની પૂર્ણિમા પ્રભાળી,વસંત રાણી રમણે ચડી રે લોલ

વસંતઋતુ એ જાણે ધરતીને સ્વર્ગ થી સવાઈ કરી દીધી છે., દેવોને માનવોના હૈયા મહેકતા કરી દીધા છે.વસંતઋતુના આવા વૈભવ ના લીધે જ તેને ઋતુરાજ વસંત નું બિરુદ મળ્યું છે. એટલે જ વિશ્વભરના કવિઓએ આ ઋતુને ઘણા લાડ લડાવ્યા છે અને વસંતઋતુના

સૌંદર્યનાં ખૂબ જ ગુણગાન ગાયા છે કવિએ લખ્યુ છે કે,

હાં રે મારી ક્યારીમાં મહેંક મહેંક મહેંકી,હો રાજ ! કોઈ વસંત લ્યો. વસંત લ્યો.

હિન્દુ ધર્મના ધર્મગ્રંથ કે જેને તમામ વિષયોમાં પ્રમાણભૂત ગ્રંથ તરીકે ઓળખવામાં આવે છે, તે 'શ્રીમદ ભગવદ્ ગીતા'માં અધ્યાય ૧૦માંનાં શ્લોક ૩૫માં ભગવાન શ્રીકૃષ્ણ કહે છે કે...

'માસનાં માગેશીર્ષોડહમૃત્નાં કુસુમાકર'

અર્થાત્ : મહિનામાં હું માગસર માસ છું, તો ઋતુઓમાં હું વસંત છું. કુસુમાકર એટલે ફૂલોનાં ગુચ્છનું સર્જન કરનાર. એવી આ ઋતુ સુંદરતાનું પ્રતીક છે. વસંત, શિયાળાની ઠંડીથી ઠૂંઠવાયેલા લોકોને હૂંફ આપે છે. આપણા આયુર્વેદ શાસ્ત્રમાં જણાવાયું છે કે, 'વસંતે બ્રાહ્મ પથ્યમ એટલે કે વસંત ઋતુમાનું ભ્રમણ સર્વથા યોગ્ય છે, પણ તે વિવેક બુધ્ધિ અનુસારનું હોવું જોઈએ. વસંત વર્ષામાં જળ પીધેલાં વૃક્ષોને નવપલ્લવિત કરે છે, નવકુસુમમિત કરે છે.એટલે જ વસંતઋતુમાં વનમાં ભ્રમણ કરવુ જોઇએ.

વસંતઋતુ આપણને જીવનમાં પ્રેમ અને સૌંદર્યનું કેટલું બધું મહત્વ છે તેનો ખ્યાલ આપે છે કેટલાક કવિઓ એને વિલાસની ઋતુ તરીકે પણ ઓળખાવે છે પણ ખરેખર તો એ સ્ફૂર્તિદાયક ઋતુ છે. શરીર માટે ઉત્તમ આ ઋતુ પ્રેમ અને લાગણી દર્શાવવા માટે પણ ઉત્તમ ઋતુ છે. કહેવાય છે કે કામદેવના પુત્રનું નામ વસંત છે. શાસ્ત્રીય સંગીતમાં એક રાગનું નામ વસંત છે. લગ્ન ગાળો પણ આ ઋતુ માં શરૂ થાય છે તે માણવાનું ભૂલશો નહીં.

વસંત ઋતુ સાથે અન્ય કોઈ ઋતુ ની તુલના થઈ શકે નહીં શરદનું પોતિકું સૌંદર્ય છે તે ખરું પરંતુ વસંતના પ્રાકૃતિક વૈભવ આગળ એ શીતળ સૌંદર્ય ફિક્કું લાગે છે વર્ષાઋતુના વૈભવ કરતાં પણ વસંતનું માદક સૌન્દર્ય વધારે આકર્ષક લાગે છે વસંતઋતુ સમગ્ર પ્રકૃતિ ને નવી તાજગી બક્ષે છે ખરેખર વસંત ઋતુ રાજ છે. કાકા કાલેલકર વસંત વિષે જુઓ શું કહે છે.!

"જેની રહેણી કુદરતથી વિખૂટી થઈ નથી, કુદરતને રંગે જે રંગાય છે તે વસંતનું આગમન વગર કહ્યે અનુભવે છે. નદીના ક્ષીણ પ્રવાહમાં એકાએક ઘોડાપૂર આવેલું જેમ આપણે જોઈએ છીએ તેમ આપણે

વસંતને પણ આવતો બરાબર જોઈ શકીએ છીએ.''

પરંતુ વસંતના સૌંદર્યને માણવા માટે આપણે ખુલ્લામાં વૃક્ષો પાસે કે બાગ-બગીચા કે જંગલમાં જવું જોઈએ, જો આપણે ઘરની ચાર દિવાલોમાં પૂરાઈ રહીએ અને ટીવી કે મોબાઇલ વગેરે જોવામાં જ વ્યતિત રહીએ તો આપણે વસંતની શોભા નો ખ્યાલ જ શી રીતે આવે. તેથી જ કવિ દલપતરામે આપણને વસંત ઋતુ નો ઠાઠ કેવો હોય છે એ વાત આ પંક્તિઓમાં સમજાવી છે.

રૂડો જુઓ આ ઋતુરાજ આવ્યો, મુકામ તેણે વનમાં જમાવ્યો.

વસંતઋતુએ જીવ અને ઇશ્વરનાં મિલનની પણ ગણાયી છે

સંદર્ભ :વિવિધ ગુજરાતી નિબંધ (વસંત ઋતુ ઉપર) ના અને ગુજરાતી લેખ ના લેખ અને કવિતા ઉપરાંત વિવિધ ગુજરાતી સાહિત્ય ની વેબ સાઈટ ની નોંધ નો ઉપયોગ

4

દિવાળી વેકેશનની મજા માણવાનો મતલબ એ નહીં કે માત્ર નાણાનો જ ખર્ચ કરવો

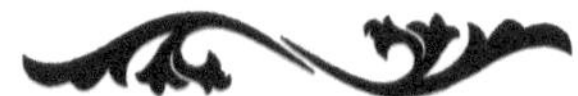

મિત્રો સૌ પ્રથમ તમામ બાળકો અને શિક્ષકો મિત્રોને દિવાળી ની અને નવા નુતન વર્ષની શુભેચ્છાઓ.મિત્રો વેકેશન એટલે જય વસાવડા ના મત પ્રમાણે વેકેશન ઇટ + લવ + સ્લીપ + ફન, રિપિટ. ગુજરાત ની મોટાભાગની શાળા-કોલેજોમાં દિવાળી એટલે વેકેશન નો ગાળો. આ સમયમાં બાળકો શાળા અથવા કોલેજ માંથી અભ્યાસ જેવી દૈનિક પ્રવૃત્તિમાંથી રાહત મેળવે છે. માનવીના મગજને વિકસવા માટે સમયની જરૂર પડે છે અને અભ્યાસમાંથી વિરામ મળતાં મગજ અને શરીરમાં શક્તિનો પુનઃસંચાર થાય છે.આ માટે વેકેશન ની ખાસ જરૂર પડે છે.

મોટાભાગના બાળકો પરિક્ષાની તૈયારી કરતી વખતે વેકેશનના સપના જોતા હોય છે અને વાલીઓ વેકેશનનું પ્લાનિંગ પણ પહેલેથી જ કરી લે છે, પરંતુ જ્યારે શાળા અથવા કોલેજમાં વેકેશન પડે ત્યારે તેઓ આ પ્લાનિંગ ભૂલી જાય છે, સામાન્ય દિવસોમાંદરેકજણે જોયેલા સપના, વિચારો અથવા મનમાં આવેલા ખ્યાલને લખી લેવા જોઇએ અને જ્યાં સુધી પરિક્ષા પૂર્ણ ન થાય ત્યાં સુધી તેને જોવા જોઇએ નહીં. આનાથી ખાસ હેતુ સિધ્ધ કરી શકાશો. તમારું મન પરિક્ષાની તૈયારી ઉપર કેન્દ્રિત રહેશે ,અને જ્યારે વેકેશન શરૂ થાય ત્યારે શું કરવું તેનું તમારી પાસેપ્લાનિંગ તૈયાર હશે. આનાથી ઘણો સમય બચશે અને તમે વેકેશનમાં અપેક્ષા મુજબનુ પ્લાનિંગમાં સક્રિય બની રહેશો.

વેકેશન દરમિયાન કેટલીક પ્રવૃત્તિઓ ખાસ કરવી જોઇએ .વેકેશનમાં મોટી સંખ્યામાં લોકો રાજ્યનો, દેશનો અને વિદેશ પ્રવાસ કરતાં હોય છે. આનો ઉદ્દેશ્ય પરિવાર સાથે સારો સમય વિતાવવો, નવા સ્થળો જોવા, આરામ કરવો અને સારી પ્રવૃત્તિઓ કરવાનો હોય છે. વેકેશનની મજા માણવાનો મતલબ એ નહીં કે માત્ર નાણાનો જ ખર્ચ કરવો. રોજીંદા જીવનમાં તમે બાળકોને પૂરતો સમય આપી શક્તા નથી. પરિવાર સાથે પ્રવાસ કરવાની માતા-પિતા અને બાળકોને સાથે મળીને એકબીજાને વધુ સારી રીતે સમજવામાં મદદ મળી રહે છે, બાળકો વિવિધ પરિસ્થિતિમાં માતા-પિતાના વ્યવહારનું અવલોકન કરતાં હોય છે - એટલે કે તેમના તણાવયુક્ત અને હળવાશની પળો. જેને બાળકો અનુસરે પણ છે. બાળકો અમ્યુઝમેન્ટ પાર્ક, મ્યુઝિયમ, જોવા લાયક સ્થળોનો પ્રયાસ કે પછી શોપિંગ, આમાંથી શું કરવા ઇચ્છે છે તે અંગે તેમની સાથે ચર્ચા કરીને પસંદગીની પ્રવૃત્તિ કરવાથી તેમનું મગજ વધુ વિકસે છે. વેકેશનમાં પ્રવાસનું કરવાનું આયોજન કરતાં પહેલાં આ બાબતોને હંમેશા ધ્યાનમાં રાખો - શું તમે પરિવાર સાથે પ્રવાસ કરવાનો છે અથવા સંબંધીની મુલાકાત લેવાની છે. અથવા નવા સ્થળની મુલાકાત લેવાની છે કે પછી બાળકોને મનોરંજન પૂરું પાડવાનું છે. આનાથી તમે સૌથી મહત્ત્વપૂર્ણ ઉદ્દેશ્ય માટે મહત્તમ સમયની ફાળવણી કરી શકો.

જો તમે પરિવાર સાથે સમય વિતાવવા માગતા હોવ તો બધા સાથે મળીને એક પ્રવૃત્તિમાં જોડાય તેવું આયોજન કરો. છેલ્લાં થોડાં વર્ષોથી

શહેરોમાં બાળકોને સમર વર્કશોપમાં મોકલવાનો ટ્રેન્ડ શરૂ થયો છે. આ વર્કશોપમાં ભાગ લેવાથી બાળકો નવી પ્રવૃત્તિઓમાં ભાગ લેવા પ્રેરાય છે અને કૌશલ્યો શીખે છે, જે તેઓ રોજીંદા જીવનમાં ક્યારેય શીખી શક્તા નથી. જો કે, આ મોઘું હોઈ પણ શકે અને નહીં પણ. સામાન્ય રીતે ક્લાસિસ, શાળાઓ અને સંસ્થાઓ દ્વારા સમર વર્કશોપનું આયોજન કરાતું હોય છે. આનો ઉદ્દેશ્ય બાળકોને નવીન પ્રવૃત્તિઓમાં સાંકળીને નિર્પૂણ બનાવવાનો હોય છે.

જો તમે તમારા બાળકનું એડમીશન ડાન્સ વર્કશોપમાં કરાવો. પરંતુ જો તમારા બાળકમાં ડાન્સની છુપી પ્રતિભા હશે તો વર્કશોપમાં આ પ્રતિભાને નિખરવા માટે પ્લેટફોર્મ મળી રહેશે. બાળકો ઉપર તમારી ઇચ્છાઓ થોપશો નહીં અને હંમેશા તેમની સાથે વાત કરીને તેમની રૂચિ અનુસારની પ્રવૃત્તિઓમાં બાળકોને સાંકળો.બાળકોને સક્રિય રાખવા અને તેમની પસંદગીની પ્રવૃત્તિમાં કાર્યરત બનાવવા માટે સમર વર્કશોપ શ્રેષ્ઠ પ્લેટફોર્મ છે. તમારા બાળકની સાથે અભ્યાસ કરતાં અન્ય વિદ્યાર્થીઓની માતા સાથે વાત કરો અને અન્ય પ્રોગ્રામ પણ જાણકારી પ્રાપ્ત કરો. વેકેશન માણવાનો આ પરંપરાગત પ્રકાર રહ્યો છે - એટલે કે કોઈ ચોક્કસ બાબતમાં સંપૂર્ણપણે સક્રિય ન રહેવું. માનસિક અને શારિરીક આરામ માટે આ વધુ એક સારો વિકલ્પ છે. વર્ષ દરમિયાન બાળકોને એવાં પણ સમયની જરૂર હોય છે કે જ્યારે તેઓ કોઈપણ ચોક્કસ પ્લાન વિના સવારે ઉઠે.

આનાથી તેમની સર્જનાત્મકતાને બળ મળી રહે છે. જો કે, તમારે આ બાબતે ધ્યાન રાખવું પણ જરૂરી છે. ઘણાં કિસ્સામાં બાળક આળસુ થઇ જાય છે. અથવા તો તે બિનઉત્પાદક પ્રવૃત્તિઓમાં સંકળાઈ જાય છે. આમાં ટીવી જોવું, ઘરની બહાર મિત્રો સાથે રમવાને બદલે કોમ્પ્યુટર, ટેબલેટ અને મોબાઈલ ઉપર ગેમ્સ રમવી વગેરેનો સમાવેશ થાય છે. આ વેકેશન મા ઘણી સારી હિન્દી, અંગ્રેજી મુવિશ ઘરે જોઇ સકાય છે.જો કે, સારા પુસ્તકો વાંચવા,

મિત્રો, ભાઈઓ અને પાડોશી સાથે ઇન્ડોર-આઉટડોર ગેમ્સ રમવાની વેકેશનનો સદ્ઉપયોગ થાય છે. શારિરીક અને માનસિક પ્રવૃત્તિઓ દ્વારા બાળક વધુ સારું પ્રદર્શન કરવા સક્ષમ બને છે અને અભ્યાસ ઉપર તેની સકારાત્મક અસરો પેદા થાય છે. વેકેશન

દરમિયાન પણ બાળક જે વિષયમાં નબળો હોય તેનો થોડાં કલાક અભ્યાસ કરાવવાથી સારા પરિણામ પ્રાપ્ત થાય છે. પહેલાંની સરખામણીમાં આજના બાળકો પ્રત્યે વધુ ધ્યાન આપવું જરૂરી બન્યું છે. બાળકો વેકેશનનો સદ્ઉપયોગ કેવી રીતે કરી શકે તે બાબતે માતા-પિતા પણ ધ્યાન આપતા થયા છે અને હવે તેઓ પહેલેથી જ આયોજન કરે છે. યાદ રાખો વર્ષમાં એક જ વાર દિવાળીની રજાઓ આવે છે અને તમે તેનો યોગ્ય ઉપયોગ કરો તે સુનિશ્ચિત કરો. પ્રકૃતિની સમીપે રહેવું એ જ ખરેખર જીવન છે. ઋતુ ઋતુ પ્રમાણેના ફળ આરોગવા, વ્રતો-તહેવારોની મજા માણવી, સહૃદયો સાથે ગોષ્ઠી માંડવી, થોડું રખડવું-ફરવું અને આઠેય પહોર આનંદમાં રહેવું એ તો જીવનરસનો અનુપમ લ્હાવો છે. ઉનાળો પ્રકૃતિના સૌંદર્યને અલગ રીતે મૂકે છે.

એક જુદા પ્રકારની જમાવટ કરે છે દિવાળીની રજાઓ કોને ગમે ? એક વર્ગ એવો છે જેને દિવાળીની રજાઓ ખૂબ જ ગમે. અને એ છે...., વિદ્યાર્થીઓનો વર્ગ. વિદ્યાર્થીઓને મન દિવાળીની રજાઓ એટલે જ વેકેશન, દિવાળીની રજાઓ એટલે લીલાલહેર, દિવાળીની રજાઓ એટલે મામાનું ઘર અને દિવાળીની રજાઓ એટલે બીજું ઘણું બધું. અને હા ખાશ મોબાઇલ કે ઇન્ટરનેટ ઉપર વીડીઓ ગેમ ના રમો પણ ખુલા આકાશ નીચે રમત ના મેદાન મા ભારતિય રમત જેવિકે કબ્બડી, ખોખો, ઊંચી કૂદ , સતોલિયો, લંગડી, થપ્પો, જેવી રમત રમી આ દિવાળીની રજાઓને યાદગાર બનાવો.

સંદર્ભ : વિકિપીડિયા , વિવિધ અખબારી અહેવાલો

5

કચ્છની કેસર કેરી જગવિખ્યાત બની છે. અને કેરીની સિઝનમાં કચ્છી કેરીનો સ્વાદ માણવાનું ચૂકતાં નથી.

મિત્રો ઉનાળો આવે એટલે ફળોની રાણી અને સર્વપ્રીય કેરી ની યાદ આવે , આવો આજે કેરી વિસે જાણીએ અને માણીએ. કેરીના રસનો કટોરો ભરેલો હોય તો કોઇ પણનું મન લલચાઇ જાય છે. હાલ કેરીની સીઝન ચાલી રહી છે. શ્રી ખંડ સામે કેરીનો રસ બરાબરની ફાઇટ આપે છે. પણ એક વાત યાદ રાખજો- માત્ર કેરીનો રસ જ નહિ, આંબાના વૃક્ષના તમામ ઘટકો ઔષધીય ગુણોથી ભરપુર છે. ગુજરાતીમાં - કેરી,

હિન્દીમા - આમ, સંસ્કૃતમાં - આમ્રફલ, ઈંગ્લિશમાં - મેંગો, લેટિન - મેંગીફેરા ઈંડિકા તરીલે ઓળખાય છે. આંબાના વૃક્ષો ભારતમાં સર્વત્ર થાય છે. સૌરાષ્ટ્રમાં ગીરની કેસર કેરી પ્રખ્યાત છે. જંગલી, દેશી અને કલમી આંબાની જાતો છે. જંગલી અને દેશી આંબાના ઝાડ ખુબ જ મોટા થાય છે. કલમી આંબાના ઝાડ નાના હોય છે. જંગલી અને દેશી આંબાની ગોટલી વાવી થાય છે. આ માહિતી આધારીત છે જેની નોંધ લેજો

ગોટલીમાંથી થયેલ આંબો ૧૦૦ વર્ષથી વધુ જીવે છે. આંબામાં દર વર્ષે ઉનાળામાં કેરીનો પાક આવે છે. કેરીને ઘાસના દાબમાં રાખીને પકવાય છે. ભારતમાં આંબાના ઝાડથી સૌ કોઇ પરીચીત છે. કેશર, આફુસ(હાફુસ), માણેક, તોતાપુરી, લંગડો, નીલમ, જમાદાર, માલગોવા, રાજભોગ, દશેરી, દશહરી, દાદમી, સફેદા, બદામી, દાદમીયા, સરદાર, સિંદૂરીયા, રત્નાગીરી, રાજાપુરી વિશ્વમાં કેરીની ૫૦૦ ઉપરાંતનીજાતોછે. ઉલ્લેખનીય છે કે, કચ્છની કેસર કેરી વિદેશોમાં પણ વખણાય છે. એટલે દર વર્ષે કેરીની સિઝનમાં મુંબઇથી કેરીના વેપારીઓ કચ્છ આવે છે.

કચ્છની કેસર કેરીને વિદેશોમાં એક્સપોર્ટ કરે છે. કચ્છના ખેડૂતો કેરીના બગીચામાં રાસાયણીક ખાતરનો ઉપયોગ નથી કરતાં જેના કારણે રોગ જીવાણુના પ્રશ્નો રહેતા નથી. અને સારી ક્વોલીટીની કેરીનો પાક મેળવે છે. કેરી ઝાડ પરથી પાકીને નીચે ન પડે ત્યાં સુધી તેને બજારમાં વેંચવા માટે મૂકતાં નથી. જે સીલસીલો આ વખતે બદલાઇ રહ્યો છે. અને મુદ્દત પહેલા એકાદ સપ્તાહ વહેલી કચ્છી કેસર માર્કેટમાં સ્વાદના શોખીનો સમક્ષ હાજર હશે.

ઉનાળામાં કેરીનું નામ પડતાં જ લોકોના મોમાં પાણી આવી જાય છે. અને તરત જૂનાગઢ ગીરની કેસર કેરી કે વલસાડી હાફૂસ યાદ આવ્યા વગર રહેતી નથી. પરંતુ, હવે કચ્છની કેસર કેરીએ પણ કેરીના સ્વાદરસીયાઓના મનમોહી લીધા છે. કેરીના શોખીનોમાં કચ્છની કેસર કેરી જગવિખ્યાત બની છે. અને કેરીની સિઝનમાં કચ્છી કેરીનો સ્વાદ માણવાનું ચૂકતાં નથી. જૂનાગઢની કેસર કેરી કરતાં કચ્છની કેસર કેરી સારી ક્વોલીટીની માનવામાં આવે છે. તેનું કારણ કચ્છનું વિષમ વાતાવરણ છે. કચ્છમાં સૂકી જમીન છે. ભેજનું પ્રમાણ ઓછુ

હોય છે. જ્યારે જૂનાગઢ દરિયાની વધુ નજીક હોવાથી ભેજનું પ્રમાણ વધુ હોય છે. જેથી કચ્છની કેસર કેરી મીઠાશથી ભરપુર હોય છે.

કચ્છ મા આ વખતે બહુ મોંગી અને સોંગી કેરી નુ બજાર મા આગમન થયું છે.કેરીમાં ખૂબ પ્રમાણમાં બિટા કેરોટીન છે જેનું શરીરમાં વિટામીન એમાં રૂપાંતર થાય છે જેને કારણે આંખના "રોડ્સ અને કોન્સ" નમન કોષને ખૂબ પોષણ મળે છે:રોજ એક કપ અથવા ૨૨૫ ગ્રામ પાકી કેરી ખાવાથી તમને વિટામીન, મિનરલ્સ અને ફાઇબર મળે છે.

૭૬ ટકા પાવરફુલ એન્ટી ઓક્સીડન્ટ વિટામીન સી છે જેનાથી ઈમ્યુનીટી વધે છે.૧૧ ટકા વિટામીન બી ૬ ઉપરાંત વિટામીન કે થાયામીન, રીબોફ્લેવીન, નાયાસીન, ફોલિક એસીડ, વિટામીન બી ૧૨, પેન્ટેથોનીક એસીડ અને કોલીન છે, જેનાથી મગજમાં હોર્મોન ઉત્પન્ન થાય છે અને હૃદય રોગ સામે રક્ષણ મળે છે.. ૯ ટકા જેટલી પ્રોબયોટીક ફાઈબર છે.. ૯ ટકા જેટલું કોપર છે જે રક્તકણની ઉત્પત્તિમાં અને શરીરને જરૂરી એન્ઝાઇમને બનાવવામાં જરૂરી છે.. ૭ ટકા જેટલું મેગ્નેશયમ અને ૭ ટકા જેટલું પોટાશ્યમ છે જેનાથી શરીરના પ્રવાહીનું પ્રમાણ જળવાઇ રહે છે.

થોડા થોડા પ્રમાણમાં શરીરને જરૂરી તેવા કેલ્શ્યમ, આયર્ન, ફોસ્ફરસ, સોડીયમ, ઝીંક, કોપર, મેંગેનીઝ જેવા મિનરલ્સ છે.. પાકી કેરીનો "ગ્લાયસેમિક ઈન્ડેક્ષ" ૫૬ છે એટલે રોજ એક પાકી કેરી ડાયાબીટીસ હોય તેવી વ્યક્તિ પણ ખાઇ શકે કારણ તેનાથી ડાયાબીટીસ વધશે નહિ.કેરી લેવાથી આરોગ્યના ફાયદા થાય છે. હૃદય રોગ સામે રક્ષણ આપે છે.

કેરીમાં ફાઇબર અને વિટામીન સી વિપુલ પ્રમાણમાં છે જેને લીધે "એલ.ડી.એલ." (લો ડેન્સીટી લાયપોપ્રોટીન)નું પ્રમાણ ઓછું થાય છે અને તેને કારણે હાર્ટ એટેક સામે રક્ષણ મળે છે.આંખો માટે ફાયદાકારકછે.કેરીમાં ખૂબ પ્રમાણમાં બિટા કેરોટીન છે જેનું શરીરમાં વિટામીન એમાં રૂપાંતર થાય છે જેને કારણે આંખના "રોડ્સ અને કોન્સ" નમન કોષને ખૂબ પોષણ મળે છે. રોજ એક પાકી કેરી ખાવાથી આંખોને ફાયદો થાય છે.આખા શરીરને "આલ્કલાઇન" મીડીયમમાં રાખે છે.

કેરીમાં ટારટ્રીક એસીડ, મેલિક એસીડ અને સાયટ્રીક એસીડ છે જેને કારણે શરીરનું મીડીયમ આલ્કલાઇન રહે છે જેને કારણે અનેક રોગો સામે રક્ષણ મળે છે.કેન્સર સામે રક્ષણ આપે છે.અનેક સંશોધનો અને પ્રયોગોથી નક્કી થયું છે કે કેરીમાં પુષ્કળ ''એન્ટી ઓક્સીડન્ટ'' પદાર્થી જેવા કે વિટામીન સી, વિટામીન એ અને વિટામીન ઈ અને સેલેનીયમ છે તે ઉપરાંત એન્ઝાઇમ અને ક્વાર્ટેસીન, એસ્ટ્રોગેલીન, ફીસેતીન અને ગેલિક એસીડ જેવા પદાર્થી છે જેને કારણે કેન્સર સામે રક્ષણ મળેછે.

ચામડીમાટેફાયદાકારકછેકેરીના ઉપયોગથી ચામડીના છિદ્રો ખુલી જાય છે તે ઉપરાંત યુવાન ઉમ્મરે મોં પર થતા ખીલ સામે પણ રક્ષણ મળે છે.ડાયાબીટીસમાં પણ રાહત આપે છે.

એક પ્રયોગમાં જણાવ્યા પ્રમાણે કેરીના ઝાડના દસ પાંદડા પાણીમાં ઉકાળીને તે પાંદડાને તે પાણીમાં આખી રાત પલાળી રાખ્યા પછી તેને સવારે ગાળીને પીવાથી બ્લડ સુગરના રીડીંગમાં ત્રણ મહિને ૧૦થી ૧૫ આંકનો ફેર પડે છે. પાચનશક્તિ સુધારે છે,પપૈયાની માફક કેરીમાં પણ ખાસ પ્રકારના એન્ઝાઇમ છે ,

જેને લીધે ખોરાકમાં લીધેલા પ્રોટીનનું પાચન સારી રીતે થાય છે. આ ઉપરાંત કેરીમાં ફાઇબર હોવાથી પેટની તકલીફ્રો ગેસ, અપચો ઉબકા અને ઉલટી વગેરે ઓછા થાય છે.રોગ પ્રતિકારક શક્તિ વધારે છે.

કેરીમાં વિટામીન સી અને વિટામીન એ ઉપરાંત ૨૫ જાતના ''કેરેટેનોઈડ્સ'' છે જેને લીધે તમારી રોગ પ્રતિકારક શક્તિ વધે છે.ઉનાળાની ઋતુમાં ''સનસ્ટ્રોક'' થતો અટકાવે છે.

કાચી કેરીનું કચુંબર અને કાચી કેરીનું શરબત ખાસ કરીને ઉનાળામાં રોજ ખાવાથી અને પીવાથી શરીરનો ''સનસ્ટ્રોક''થી બચાવ થાય છે. તમારા સ્નાયુ અને સાંધાને શક્તિ મળે છે અને કિડનીમાં ઝેરી પદાર્થીનો જમાવ થતો નથી.જાતીયશક્તિમાં સુધારો થાય છે.રોજ એક પાકી કેરી ખાવાથી વૈજ્ઞાનિકોના મત પ્રમાણે કેરીમાં વિટામીન ઈ હોવાથી જાતીયશક્તિમાં સુધારો થાય છે.આમ આવો આવી ગુણકારી કેરી ને ખાવામા માણીએ અને ઉનાળાની ગરમી ને ભગાવિએ..

સંદર્ભ : વિકિપીડિયા , વિવિધ અખબારી અહેવાલો

6

ટેકનોલોજીની માનવજીવન પર વિપરીત અસર

મિત્રો ટેકનોલોજીની બે બાજુઓ છે: રચનાત્મક બાજુ અને ખંડનાત્મક બાજુ! ઉપયોગિતાની દ્રષ્ટિએ એની પ્રથમ બાજુઓ વિચાર કરીએ તો, ટેકનોલોજી એ અકલ્પ માહિતીઓનો અગાધ દરિયો છે. તે મૂળભૂત રીતે માહિતીઓ ભેગી કરવાનું, અન્ય લોકો સાથે સંવાદિતા સાધવાનું, એક કમ્પ્યૂટર પરથી બીજા કમ્પ્યૂટર પર સંશોધનનોનો ઉપયોગ વહેંચવાનું તથા વાણિજ્યિક હેતુ માટે અને મનોરંજનાત્મક હેતુઓ માટે એમ બહુહેતુક રીતે ઉપયોગમાં આવતું માધ્યમ છે.

એની "FTP" મિતાક્ષરી નામે ઓળખાતી "ફાઈલ ટ્રાંસફર પ્રોટોકોલ" દૂરસ્થિત અન્ય કંપ્યુટરમાં ફાઈલની આપ-લે કરવા દે છે. એનું "સર્ચ ઍંજિન" નામનું સાધન, પોતાના બ્રાઉઝરમાં આપણી જરૂરિયાત અનુસારનો પ્રશ્ન ટાઈપ કરી, તેનો જવાબ શોધી આપે છે. એની WWW નામે ઓળખાતી World wide web એ એક એવી સેવા છે જે વેબ સર્વર (web server) તરીકે ઓળખાય છે. "વેબ" એટલે કરોળિયાનું જાળું; તેથી આ વિશ્વવ્યાપી એક એવું જાળું છે કે જેના દ્વારા વિશ્વના અનેક કપ્યૂટર સાથે સંપર્ક સાધી શકાય છે અને તેથી તેને

www કહેવામાં આવે છે.

આમ, ટેકનોલોજી દ્વારા આપણને ઈલેક્ટ્રોનિક મેઈલ(E-mail) યુઝનેટ અથવા ટેકનોલોજી ન્યૂઝ, ચેટિંગ અને વીડિયો કોંફરંસ જેવી અતિ ઉપયોગી સેવાઓ ઉપલબ્ધ થઈ છે. જે આપણા માટે આશીર્વાદરૂપ પુરવાર થઈ છે. શિક્ષણના અને જ્ઞાનપ્રાપ્તિ ક્ષેત્રો તો ટેકનોલોજીના ફાયદા અપરંપાર અને અવર્ણનીય છે. ટેકનોલોજી એટલો હાથવગો થઈ ગયો છે કે ઘરબેઠા તમે દુનિયાભરનું, કોઈપણ ભાષાનું, કોઈપણ પુસ્તક ટેકનોલોજી દ્વારા વાંચી-ભણી શકો છો એટલું જ નહિ, કોઈ પણ મુદ્દા પરની વિશ્વભરની ઉપલબ્ધ માહિતી તમે તમારા દીવાનખંડમાં , આગળીમાં વેઢા પર ગણી શકો છો.

પરંતુ હવે એના બીજા પાસાની વાત કરીએ તો, ભારત જેવા આર્થિક પછાત દેશ માટે ઈંતરનેટ એ પોષાય એવી સેવા છે જ નહિ, ટેકનોલોજીની આપણાં બાળકોના શિક્ષણ અને સ્વાસ્થય પર પણ ભારે વિપરીત અસર પડી રહેલ જોવા મળે છે. ટેકનોલોજીના દુરૂપયોગથી આપણું યુવાધન અશિસ્ત અને અસંયમના ગેરમાર્ગે દોરવાઈ રહ્યું છે. વળી, ટેકનોલોજીના કારણે ભારત જેવો બેરોજગારીથી પીડાતા દેશમાં બેકારીનું પ્રમાણ પણ ઘણું જ વધી ગયું છે.

અને છેલ્લે, શિક્ષણની વાત કરીએ તો શિક્ષણમાં ઈંટરનેનો પ્રવેશ થવાથી એને ઉપયોગ વધવાથી શિષ્ય -ગુરૂ વચ્ચેના પવિત્રસંબંધો પર પૂર્ણવિરામ મુકાતું જાય છે. ઈ-મેઈલ, વ્હાટસએપ જેવી સુવિધા થવાથે વ્યકતિ-વ્યકતિ વચ્ચેના સામાજિક સંબંધો, પ્રત્યક્ષ મળવાની પ્રકિયા વગેરે બંધ થઈ જતા માનવ -માનવ વચ્ચેનું અંતર વધતું જાય છે. ટપાલખાતું તો લગભગ મૃત: પ્રાય થઈ હાય એવી ઘડીઓ ગણાઈ રહી છે. બાળકો અને યુવાનો ટેકનોલોજી પર રજૂ થતાં મનોરંજનાત્મક કાર્યક્રમ પાછળ પોતાનો કિમતી સમય વેડફી રહ્યા છે; જેને પરિણામ એમનો બૌદ્ધિક વિકાસ અટકી ગયો છે. નેટવર્ક ન્યૂઝ સેવાના કારણે વર્તમાનપત્રોના સેવાવર્તુળ પર પણ માઠી અસર જોવા મળે છે.

ટેકનોલોજીનો સમજપૂર્વક અને સુયોગ્ય ઉપયોગ, મર્યાદામાં રહીને થાય તો, અલબત્ત, આપણો દેશ એકવીસમી સદી સાથે તાલ મિલાવીને સર્વાંગી વિકાસ કરી શકવાની ક્ષમતા ધરાવે છે; અને જો એનો ગેરસમજભર્યો તથા વધુ પડતો અતિરેક થશો તો નિ:શંક

આપણને ન કેવળ આર્થિક ક્ષેત્રે બલકે કૌટુંબિક, સામાજિક અને સાંસ્કૃતિક ક્ષેત્રે પણ ભારેમાં ભારે નુકસાન પહોંચાડવાની તાકાત ધરાવે છે.

"ટેકનોલોજી" શબ્દ એ Inter Connection and Net-work આ બે શબ્દો પરથી ઉતરી આવેલો શબ્દસમોપોહ છે. આ ટેકનોલોજી એ વિશ્વવ્યાપી માહિતીઓનું જાળું છે. હકીકતમાં ટેકનોલોજી એક નેટવર્ક છે. આ નેટવર્ક દુનિયાભરમાં ફેલાયેલું છે. ટેકનોલોજી નેટવર્કનો અર્થ થાય છે. એકસમાન લાક્ષણિકતાઓ ધરાવતી ઘણી બધી વસ્તુઓ વચ્ચેનું આંતર જોડાણ.

અંતમાં આટ્લું ઉમેરીને સમાપન કરીએ તો કોઈ પણ નવો પ્રશ્ન ઊભો થાય છે ત્યારે આપણે તેનું વિશ્લેષણ કરીને ઉકેલ શોધવાને બદલે નીતિમત્તા પર સરી જઈને બધું બગડી ગયું છે તેવી વાત પર ચડી જઈએ છીએ. પરંતુ આનાથી પ્રશ્ન હલ થવાને બદલે વધુ વણસે છે. અહીં સવાલ જે ઝડપે ટેકનોલોજી વધી રહ્યા રહી છે છે એ ઝડપને પહોંચી વળવા માટે નિયમો અને સંસ્થાકીય માળખાઓ બનાવવાની જરૂર છે. ટેકનોલોજી પોતે ખરાબ નથી. તે તો સાધન છે. આ સાધનનો ઉપયોગ સારો કે ખરાબ હોઈ શકે. એટલે તેનો સારો ઉપયોગ થાય અને દુરુપયોગ થતો અટકે તેવી વ્યવસ્થા કરવી જરૂરી છે.

સંદર્ભ : વિકિપીડિયા , વિવિધ અખબારી અહેવાલો

www.ingramcontent.com/pod-product-compliance
Lightning Source LLC
Chambersburg PA
CBHW031247130726
47988CB00008B/3273